HAPO ZAMANI ZA KALE

Leo

Charles Yonjolo Chipungahelo

E & D Vision Publishing

HAPO ZAMANI ZA KALE

Leo

Charles Yonjolo Chipungahelo

E & D Vision Publishing

Dar es Salaam

E & D Vision Publishing Limited
S.L.P. 4460
Dar es salaam
Barua Pepe: info@edvisionpublishing.co.tz
Tovuti: www.edvisionpublishing.co.tz

©Family of Charles Yonjolo Chipungahelo 2014

Michoro na Collins Mdachi
Usanifu na Alama Illustrators

ISBN 978-9987-735-14-3

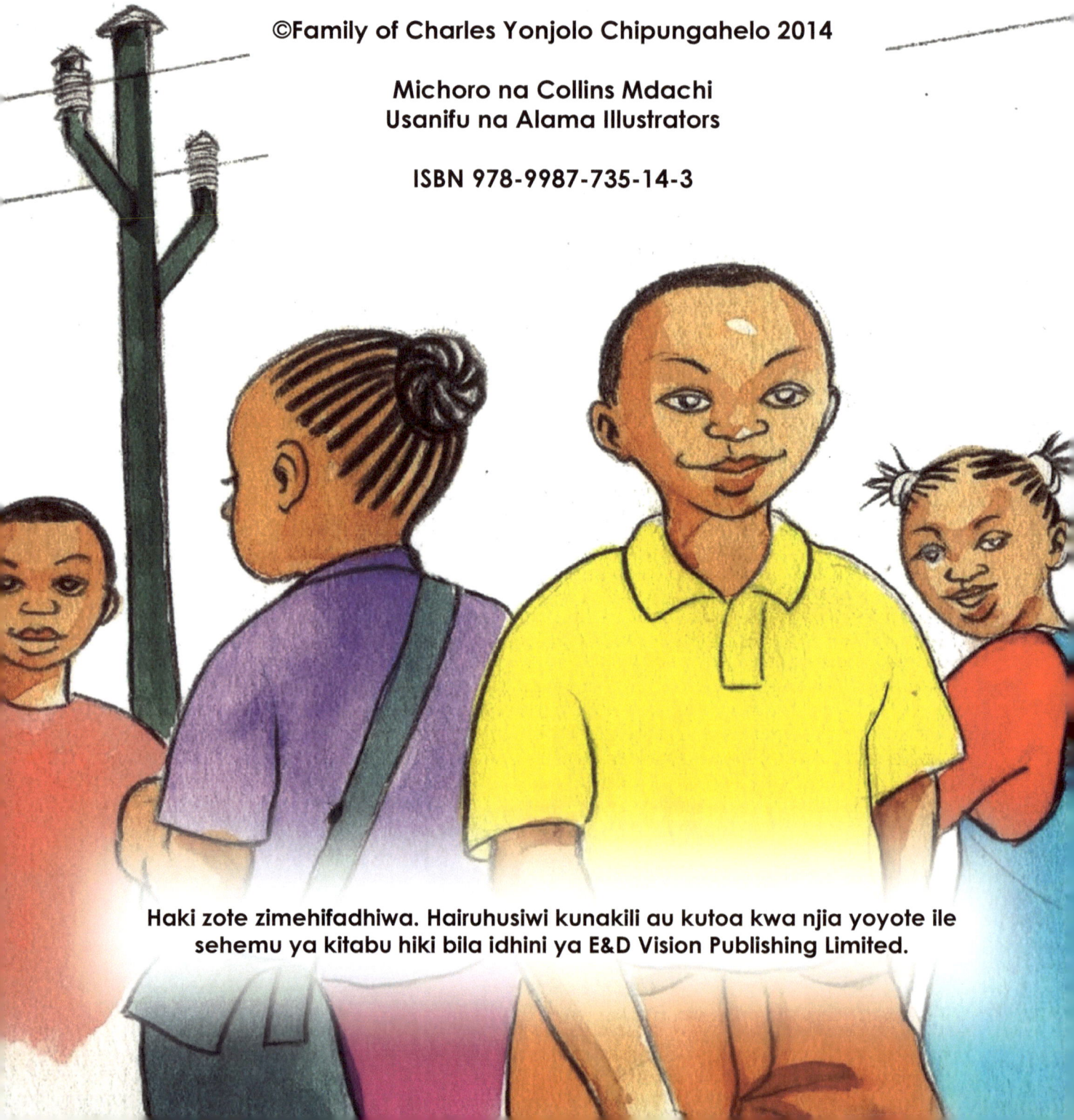

Watu wa leo wanafanya mambo ya miujiza.

Wanabuni vitu vingi. Wanatumia teknolojia kurahisishia kazi.

Wanatumia umeme kama nishati.

Kwa usafiri, wanatumia magari, pikipiki na baisikeli.

Wanatumia ndege.

Wanatumia meli.

Wanatumia treni za kawaida na za umeme.

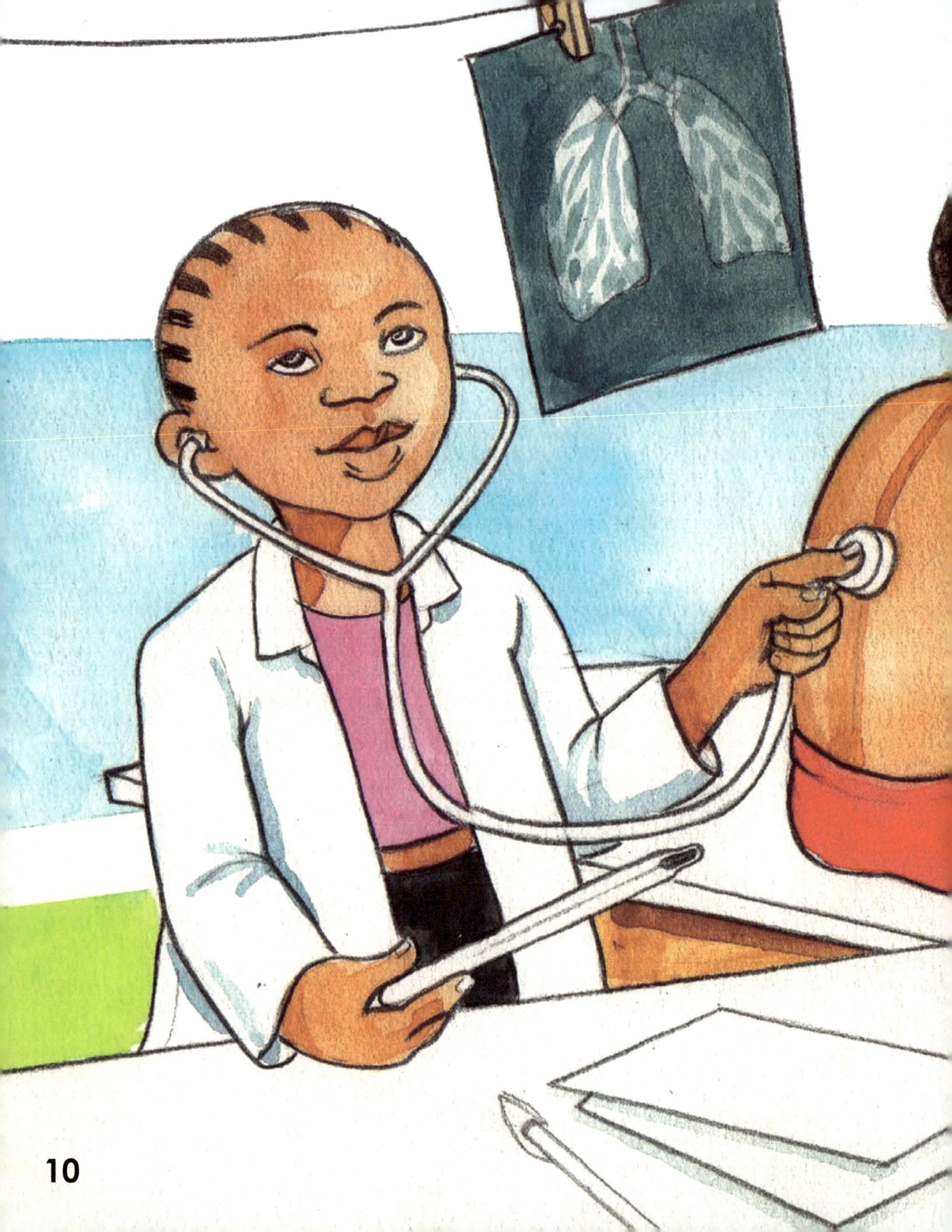

Wanachunguza afya zao
kwa kutumia kipimajoto,
eksrei na hadubini.

Kwa mawasiliano wanatumia simu, teleksi na faksi.

Wanatumia radio na runinga.

Pia wanatumia kompyuta na satelaiti kwa mawasiliano ya elektroniki kama barua pepe.

Hawa ni watu wabunifu.

E & D Vision Publishing Limited
Barua pepe: info@edvisionpublishing.co.tz
Tovuti: www.edvisionpublishing.co.tz

ISBN 978-9987-735-14-3

E&D Vision Publishing